AF664514

ഭൗതികവാദം കുട്ടികൾക്ക്

bhouthikavadam
kuttikalkku

•

p t bhaskarapanicker

•

first chintha edition
september 2013

•

published
chintha publishers, thiruvananthapuram

•

typesetting
minerva graphotechs, attukal

•

printed

•

cover & illustration
sivan

വിതരണം

ദേശാഭിമാനി ബുക്ക് ഹൗസ്

H O തിരുവനന്തപുരം–695 035
phone: 0471-2303026, 6063026
www.chinthapublishers.com
chinthapublishers@gmail.com

ബ്രാഞ്ചുകൾ

ഹെഡ്ഡാഫീസ് ബ്രാഞ്ച് കുന്നുകുഴി • ഓവർബ്രിഡ്ജ് തിരുവനന്തപുരം • സ്റ്റാച്യു തിരുവനന്തപുരം • കെ എസ് ആർ ടി സി ബസ് സ്റ്റേഷൻ ആലപ്പുഴ • കെ എസ് ആർ ടി സി ബസ് സ്റ്റേഷൻ എറണാകുളം • മച്ചിങ്ങൽ ലെയ്ൻ തൃശൂർ • ഐ ജി റോഡ് കോഴിക്കോട് • മാവൂർ റോഡ് കോഴിക്കോട് • എൻ ജി ഒ യൂണിയൻ ബിൽഡിങ് കണ്ണൂർ • സെൻട്രൽ ബസ് ടെർമിനൽ കോംപ്ലക്സ് താവക്കര കണ്ണൂർ

CO - 1937 / 3287

ഭൗതികവാദം കുട്ടികൾക്ക്

പി ടി ഭാസ്കരപ്പണിക്കർ

ചിന്ത പബ്ലിഷേഴ്സ്
തിരുവനന്തപുരം-695 035

പി ടി ഭാസ്കരപ്പണിക്കർ

1922 ഒക്ടോബർ 15 ന് പാലക്കാട് ജില്ലയിലെ അടയ്ക്കാപ്പുത്തൂരിൽ ജനിച്ചു. വിദ്യാഭ്യാസാനന്തരം സ്കൂൾ അധ്യാപകനായി ജോലി നോക്കി. പിന്നീട് പ്രധാനാധ്യാപകനായി. കമ്യൂണിസ്റ്റ് പാർട്ടിയുടെ സജീവപ്രവർത്തകനായിരുന്നു. പാർട്ടി നിരോധിച്ചിരുന്ന ഘട്ടത്തിൽ ഒളിവിലും ജയിലിലുമായി മൂന്നുവർഷത്തോളം കഴിഞ്ഞു. ആധുനികകേരള രൂപീകരണത്തിൽ മുഖ്യ പങ്ക് വഹിച്ചിട്ടുണ്ട്. ഗ്രന്ഥശാലാ പ്രസ്ഥാനം, ശാസ്ത്രസാഹിത്യപ്രസ്ഥാനം എന്നിവയുടെ സ്ഥാപകനേതാക്കളിലൊരാളായിരുന്നു. ഇ എം എസ് മന്ത്രിസഭയിലെ വിദ്യാഭ്യാസമന്ത്രി ജോസഫ് മുണ്ടശ്ശേരിയുടെ സെക്രട്ടറിയായിരുന്നു. 1959 മുതൽ 1965 വരെ കേരള പബ്ലിക് സർവീസ് കമ്മീഷൻ അംഗമായിരുന്നു. 1969 മുതൽ 1971 വരെ *വിശ്വവിജ്ഞാനകോശ*ത്തിന്റെ എഡിറ്ററായി പ്രവർത്തിച്ചു. 1971 മുതൽ 1974 വരെ ഗ്രന്ഥശാലാസംഘം അധ്യക്ഷനായിരുന്നു. *വിദ്യാലോകം, ശാസ്ത്രഗതി, ശാസ്ത്രകേരളം, പുസ്തകസമീക്ഷ* തുടങ്ങിയ പ്രസിദ്ധീകരണങ്ങളുടെ എഡിറ്ററായിരുന്നു.

നിരവധി ശാസ്ത്ര സാഹിത്യഗ്രന്ഥങ്ങൾ രചിച്ചിട്ടുണ്ട്.

1997 ഡിസംബർ 30 ന് അന്തരിച്ചു.

ഉള്ളടക്കം

പ്രസാധകക്കുറിപ്പ്

മലയാളികൾക്ക് ശാസ്ത്രീയബോധം പകരുന്നതിൽ അഗ്രഗണ്യനായിരുന്നു പി ടി ഭാസ്കരപ്പണിക്കർ. ഒട്ടേറെ ശാസ്ത്ര–വൈജ്ഞാനിക ഗ്രന്ഥങ്ങൾ അദ്ദേഹത്തിന്റേതായി പുറത്തു വന്നിട്ടുണ്ട്. കുട്ടികൾക്കായി അദ്ദേഹം രചിച്ച ഒമ്പതു പുസ്തകങ്ങൾ ചിന്ത പുറത്തിറക്കുന്നു.

കുട്ടികളുടെ മാർക്സ്, കുട്ടികളുടെ ലെനിൻ, കുട്ടികളുടെ എംഗൽസ്, മാർക്സിസം കുട്ടികൾക്ക്, ഭൗതികവാദം കുട്ടികൾക്ക്, തത്വശാസ്ത്രം കുട്ടികൾക്ക്, ശരീരശാസ്ത്രം കുട്ടികൾക്ക്, ചരിത്രശാസ്ത്രം കുട്ടികൾക്ക്, പ്രകൃതിശാസ്ത്രം കുട്ടികൾക്ക് എന്നിവയാണാ പുസ്തകങ്ങൾ.

1970 കളുടെ മധ്യത്തിലാണ് ഈ പുസ്തകങ്ങൾ ആദ്യമായി പുറത്തിറങ്ങുന്നത്. ചരിത്രത്തിന്റെ കുത്തൊഴുക്കിൽ പല രാജ്യങ്ങളും സ്ഥലങ്ങളും അതേ പേരിൽ ഇന്നു നിലവിലുണ്ടാവില്ല. ശാസ്ത്രവിഷയങ്ങളിൽ കൂടുതൽ പുരോഗതി കൈവരിച്ചിട്ടുണ്ട്. എന്നിട്ടും ഈ പുസ്തകത്തിലെ മുഖ്യപ്രമേയങ്ങൾക്ക് കാതലായ മാറ്റം വന്നിട്ടില്ല. പി ടി ഭാസ്കരപ്പണിക്കർ ജീവിച്ചിരുന്നുവെങ്കിൽ അദ്ദേഹം തന്നെ തന്റെ കൃതികൾ കാലാനുസൃതമായി നവീകരിക്കുമായിരുന്നു. അനൗചിത്യമാകുമെന്നതിനാൽ ഞങ്ങൾ അതിനു മുതിരുന്നില്ല. ഈ പുസ്തകങ്ങളുടെ ചിന്ത പതിപ്പ് കുട്ടികൾക്കായി പുറത്തിറക്കുന്നതിൽ സന്തോഷമുണ്ട്.

ചിന്ത പബ്ലിഷേഴ്സ്

1

താൻപാതി ദൈവംപാതി

ഈ പുസ്തകം വായിക്കുന്ന കുട്ടികളോട് ഒരു അപേക്ഷ: *മാർക്സിസം കുട്ടികൾക്ക്* എന്ന ചിന്ത പബ്ലിഷേഴ്സിന്റെ പുസ്തകം നിങ്ങൾ വായിക്കണം. പെട്ടെന്നു മുഴുവൻ മനസിലായില്ലെങ്കിലും സാരമില്ല; പതുക്കെപ്പതുക്കെ എല്ലാം തെളിയും. ഇനി ഈ പുസ്തകം വേഗം വായിക്കുക. പിന്നീട്, ഓരോ അധ്യായമായി സൗകര്യംപോലെ വായിച്ചാൽമതി.

യൂറോപ്പിലാണ് കഴിഞ്ഞ നൂറ്റാണ്ടിൽ മാർക്സിസം ഒരു ശക്തിയായിത്തീർന്നത്. ഉടൻ തുടങ്ങി മുതലാളിത്തത്തിന്റെ എതിർപ്പ്. അവർ നുണ പറഞ്ഞുപരത്തി. മാർക്സിസം പഴഞ്ചനായെന്നു പറയുന്ന പല വിഡ്ഢികളും ഇവിടെയുണ്ട്.

ഇവർ ഇപ്പോഴും അതേ പല്ലവിതന്നെ പാടുന്നു. പാടട്ടെ, പാടട്ടെ.

പക്ഷേ മാർക്സിസം വളർന്നു. ബൂർഷ്വാ ആശയങ്ങളെ നേരിട്ടു. പന്തംകണ്ട പെരുച്ചാഴിയെപ്പോലെ ബൂർഷ്വാസി പകച്ചു നിന്നു.

മാർക്സിസത്തിന്റെ തത്വശാസ്ത്രത്തിൽ ഏറ്റവും പ്രധാനമാണ് ഭൗതികവാദം.

മനുഷ്യന് നശിക്കാത്ത ഒരു ആത്മാവുണ്ടോ? ഉണ്ടെന്നു പറയുന്ന ആത്മീയവാദത്തിനെതിരാണ് ഭൗതികവാദം. എല്ലാറ്റിന്റേയും അടിസ്ഥാനം പദാർഥമാണ്. ജീവനും മനസ്സും ബുദ്ധി

യുമെല്ലാം പദാർഥങ്ങളെ ആശ്രയിച്ചിരിക്കുന്നു. ഇതാണ് ഭൗതികവാദത്തിന്റെ കാഴ്ചപ്പാട്. നാം കാണുന്നതെന്തും പദാർഥംകൊണ്ടുണ്ടാക്കിയതാണ് എന്ന് ഭൗതികവാദം പറയുന്നു.

ആത്മീയവാദമാകട്ടെ, ആശയത്തിനും ആത്മാവിനും മുഖ്യസ്ഥാനം കൊടുക്കുന്നു. ഈ വാദത്തെ ഭൗതികവാദം എതിർക്കുന്നു. വെറുതെ എതിർക്കുകയല്ല; യുക്തിയോടെ ആത്മീയവാദത്തെ എതിർത്തു തോൽപ്പിക്കുന്നു.

ഭൗതികവാദം പഠിക്കാതെ ഇന്നത്തെ ശാസ്ത്രലോകത്തിൽ ജീവിക്കാനാവില്ല. മുതലാളിത്തത്തെ തോൽപ്പിക്കണമെങ്കിൽ തൊഴിലാളികൾ ഭൗതികവാദം മനസിലാക്കണം. സംഘടന വളർത്താനും ബൂർഷ്വാ ആശയങ്ങളെ തോൽപ്പിക്കാനും ഭൗതികവാദം സഹായിക്കും.

കുട്ടിക്കാലത്തുതന്നെ നാം ഭൗതികവാദികൾ ആകണം. അല്ലെങ്കിൽ ജീവിതത്തിൽ പലപ്പോഴും വഴിതെറ്റും; താടിയും തലയും നീട്ടിയ കള്ളദൈവങ്ങളുടെ പിടിയിൽപ്പെടും. അന്ധവിശ്വാസം നമ്മെ കുണ്ടിൽ ചാടിക്കും.

എല്ലാം ഈശ്വരനെ ഏൽപ്പിച്ചു എന്നു കരുതുക. വല്ലതും നടക്കുമോ? താൻ പാതി ദൈവം പാതി എന്നു പഴമക്കാർപോലും പറയുന്നതിന് അർഥം, ദൈവം മാത്രം വിചാരിച്ചാൽ ഒന്നും നടക്കില്ലെന്നല്ലേ? മനുഷ്യനും കൂടിവേണം, കാര്യം എന്തെങ്കിലും നടക്കണമെങ്കിൽ.

കുറച്ചുകൂടി പരിശോധിച്ചാൽ സംഗതി മനസിലാവും.

ആരാണ്, ചുറ്റുംകാണുന്നതൊക്കെ ഉണ്ടാക്കിയത്? ദൈവമാണോ?

പാടത്തു പണിചെയ്യാൻ ദൈവത്തിനു കഴിയില്ല. ഫാക്ടറിയിൽ തുണിനെയ്യാൻ ദൈവത്തിനു കഴിയില്ല. രോഗം ചികിത്സിച്ചുമാറ്റാൻ ദൈവത്തിനു കഴിയില്ല. ഇക്കരെനിന്നു തോണി, അക്കരെ എത്തിക്കാൻ ദൈവത്തിനു കഴിയില്ല. മനുഷ്യന്റെ അതിസുന്ദരമായ ഒരു സങ്കൽപ്പമാണ് ഈശ്വരൻ. ഈശ്വരനോ, ഈശ്വരനെ സൃഷ്ടിച്ച മനുഷ്യനോ, ആരാണ് സർവ്വശക്തൻ?

എല്ലാറ്റിനും കഴിവുള്ള മനുഷ്യൻ വിത്തു വിതയ്ക്കുന്നു. യന്ത്രം ഓടിക്കുന്നു. രോഗകാരണം കണ്ടുപിടിക്കുന്നു. തോണി

തുഴയുന്നു. ഈശ്വരനെ സൃഷ്ടിക്കുന്നു. പ്രകൃതി ഈശ്വരന്റെ സൃഷ്ടിയാണെന്നു പറഞ്ഞതും മനുഷ്യൻ തന്നെ!

ഭൗതികവാദത്തിന്റെ നിയമങ്ങൾപ്രകാരം നടക്കുന്ന കാര്യങ്ങളാണ് ഇവയെല്ലാം. മനുഷ്യന്റെ ജീവനും മനുഷ്യബുദ്ധിയും എല്ലാം ഭൗതികവാദത്തിന് അനുസരിച്ചു പ്രവർത്തിക്കുന്നു. ഭൗതികവാദം ഇന്നത്തെ മനുഷ്യന്റെ തത്വശാസ്ത്രമാണ്. അതിൽക്കൂടി നാം മാർക്സിസത്തെ കണ്ടെത്തുന്നു; മാർക്സിസം ഭൗതികവാദത്തിന്റെ കാഴ്ചപ്പാടുണ്ടാക്കുകയും ചെയ്യുന്നു.

2

മതപ്രസംഗങ്ങൾ

"ഈശ്വരവിശ്വാസം ഇല്ലെങ്കിൽ, മനുഷ്യനു കേടുവരും." – വടക്കേ ഇന്ത്യയിൽനിന്നുവന്ന ഒരു സ്വാമിജി പ്രസംഗിക്കുകയാണ്. ആയിരക്കണക്കിൽ ആളുകൾ പ്രസംഗം കേൾക്കുന്നുണ്ട്. നല്ല പ്രസംഗം. കേട്ടുനിൽക്കാൻ തോന്നും.

"കമ്യൂണിസ്റ്റുകാരെ നോക്കൂ. അവർക്ക് ഈശ്വരനില്ല. ജീവിതത്തിൽ യാതൊരു ആദർശവുമില്ല. കൂലിയും വയറുനിറയ്ക്കലും ആയാൽ എല്ലാമായി എന്ന് അവർ കരുതുന്നു." – ഈ പ്രസംഗം അഗാധപണ്ഡിതനായ ഒരു മൗലവിയുടേതാണ്.

"യേശുക്രിസ്തുവിന്റെ വഴി സ്വീകരിക്കാതെ മനുഷ്യനു സുഖമില്ല, സന്തോഷമില്ല. റഷ്യയിലും ചൈനയിലും ആളുകൾക്ക് സുഖമുണ്ടോ? ഇല്ലെന്നു വ്യക്തമാണ്. അവിടെനിന്നു പലരും ഒളിച്ചോടുന്നു. അവിടെ ആരാധനാസ്വാതന്ത്ര്യമില്ല." – ഇപ്പറഞ്ഞത് ളോഹയണിഞ്ഞ ഒരു കത്തോലിക്കാ പുരോഹിതനാണ്.

ഹിന്ദുക്കളും മുസ്ലീങ്ങളും ക്രിസ്ത്യാനികളുമായ കുട്ടികൾ ഇത്തരം പ്രസംഗങ്ങൾ ദിവസേന കേട്ടാണ് വളരുന്നത്. അവർ മതത്തെ ബഹുമാനിക്കുന്നു. പക്ഷേ മതം ജനങ്ങൾക്ക് എന്തു കൊടുത്തു? കൂടുതൽ കൂലി കൂട്ടിക്കൊടുക്കാനോ പട്ടിണി തീർക്കാനോ മതത്തിന് എന്തെങ്കിലും പരിപാടിയുണ്ടോ? ഇല്ല. ഈ ലോകത്തെയല്ല മരിച്ചുകഴിഞ്ഞാലുള്ള ലോകത്തെയാണ്

അവർ കാണുന്നത്. അവരുടെ സ്വർഗം മരണത്തിനുശേഷമാണ്. ഈ ലോകത്തെപ്പറ്റി പറയുന്നവരെ അവർ ഭൗതികവാദികളെന്നു പുച്ഛിക്കുന്നു.

നമുക്കുവേണ്ടത്, മനുഷ്യനെപ്പോലെ ജീവിക്കാനുള്ള സൗക

ര്യങ്ങൾ ആണ്. അതു കിട്ടണം. സൗകര്യങ്ങളെല്ലാം പുരോഹിതൻമാർക്കും പണക്കാർക്കും മതിയോ? ഭൂരിപക്ഷംപേർ നരകിക്കുകയാണിവിടെ. മതങ്ങൾ ഇതു കാണാഞ്ഞിട്ടല്ല. ഇവിടെയല്ല ശ്രദ്ധ. സ്വർഗത്തിന്റെ സ്വപ്നം കാണിക്കുകയാണ് അവർ.

ഭൗതികവാദികൾ മതങ്ങളെ കാണുന്നതു മറ്റൊരു നിലയ്ക്കാണ്. മനുഷ്യചരിത്രത്തിൽ മതങ്ങൾ ഉണ്ടായത് പ്രത്യേക കാലത്താണ്. ബുദ്ധമതം ബ്രാഹ്മണമേധാവിത്വത്തെ എതിർത്തു. ക്രിസ്തുമതം അടിമത്തത്തെ എതിർത്തു. അന്ന് ഇതിന്റെ ആവശ്യമുണ്ടായിരിക്കും. ഇന്നോ? മതങ്ങൾ മനുഷ്യനെ തമ്മിലടിപ്പിക്കുന്നു. ജനങ്ങളെ പിന്നോക്കം പിടിച്ചുനിർത്തുന്നു. ജനങ്ങളെ ഒന്നിപ്പിക്കാൻ മതത്തിനു കഴിയില്ല എന്നു വന്നിരിക്കുന്നു. ജനങ്ങളുടെ നീറുന്ന വിഷമങ്ങൾക്ക് പരിഹാരം കാണാനും മതത്തിനു പറ്റില്ല. മതത്തേക്കാൾ വലുതാണ് മനുഷ്യൻ. മനുഷ്യൻ നന്നാവണം എന്നുമാത്രം.

ഭൗതികവാദം മനുഷ്യനെ ഒന്നിപ്പിക്കുന്നു. അധ്വാനിക്കുന്നവർക്ക് നാളത്തെ ലോകം സ്വന്തം പ്രയത്നംകൊണ്ട് നേടാൻ കഴിയും എന്ന് ഭൗതികവാദം അവരെ പഠിപ്പിക്കുന്നു. വിത്തിട്ടാൽ വിള കൊയ്യുംപോലെ, സംഘടിച്ചു പ്രവർത്തിച്ചാൽ അതിന്റെ ഫലം കിട്ടും. വിത്തിടാതെ, നിലം ഒരുക്കാതെ ഇരുന്നാൽ വിള കൊയ്യാനാവില്ലല്ലോ.

ഭൗതികവാദം, നമ്മെ പ്രവർത്തിപ്പിക്കുന്നു, നിരാശയ്ക്കും ഒന്നും ചെയ്യാതിരിക്കുന്നതിനും എതിരാണത്. ഇരുട്ടിലത് വെളിച്ചം പകരുന്നു. നമുക്കത് ബോധം ഉണ്ടാക്കുന്നു.

3

പ്രാർഥന

എല്ലാ പാഠപുസ്തകത്തിലും പ്രാർഥന ഉണ്ടാവും. ചില യോഗങ്ങൾ തുടങ്ങുമ്പോഴും പ്രാർഥനയുണ്ടാവും. "പരിപാടിയിൽ ഒന്നാമത്തെ ഇനം ഈശ്വരപ്രാർഥന" എന്ന് യോഗാധ്യക്ഷൻ പറയും. എല്ലാവരും എഴുന്നേറ്റു നിൽക്കും. ഈശ്വരനെക്കുറിച്ചാവും ശ്ലോകം അല്ലെങ്കിൽ പാട്ട്. പ്രാർഥന കഴിഞ്ഞാൽ എല്ലാവരും ഇരിക്കും. ഇതാണ് ചടങ്ങ്.

പാട്ട് നല്ലതാണ്. ഉന്നതാദർശങ്ങളെക്കുറിച്ച് മൗനമായി ചിന്തിക്കുന്നതും നല്ലതാണ് പക്ഷേ പ്രവൃത്തിചെയ്യുന്നതിനു പകരം പ്രാർഥിച്ചാൽ മതിയോ? പുരോഗതിക്കെതിരായി പ്രാർഥിച്ചതുകൊണ്ട് ഫലം ഉണ്ടാവുമോ?

"പ്രാർഥിച്ചാൽ മനസിനു ശക്തികിട്ടും, അതുകൊണ്ട് പ്രാർഥിക്കണം" എന്ന് ഒരു നേതാവ് പ്രസംഗിക്കുന്നതു കേട്ടു. കമ്യൂണിസ്റ്റുകാരെ പ്രാർഥിക്കാത്തതിനു കുറ്റംപറഞ്ഞ ആ നേതാവു ഇപ്പോൾ കള്ളക്കച്ചവടം നടത്തി ജയിലിലാണ്. അവിടെ ഇരുന്നും പ്രാർഥിക്കുന്നുണ്ടാവും – വിസ്തരിച്ചുതന്നെ പ്രാർഥിക്കട്ടെ!

ഇതിനർഥം മതവിശ്വാസികൾ എല്ലാം, പ്രാർഥിക്കുന്നവർ എല്ലാം, ചതിയന്മാരും കള്ളന്മാരും ആണെന്നല്ല. ബഹുജനങ്ങൾ നല്ലവരാണ്. അവരിൽ തെറ്റായ വിശ്വാസങ്ങൾ പരന്നിരിക്കുന്നു. പണ്ടുപണ്ടേ ഉള്ള വിശ്വാസങ്ങളാണിവ. അവ മാറ്റണം.

ആ വിശ്വാസത്തിലൊന്നാണ് പ്രാർഥന. പ്രാർഥിക്കുന്നവരുടെ അഭിപ്രായം മാറും. കാര്യങ്ങൾ കുറെക്കൂടി മുന്നോട്ടു നീങ്ങട്ടെ. ഈ വിശ്വാസം മാറും; ഇപ്പോൾത്തന്നെ മാറിക്കൊണ്ടിരിക്കുകയുമാണ്. മതവും ജാതിയും ചിലപ്പോൾ രാഷ്ട്രീയമായും ഉപയോഗിക്കാറുണ്ട്. ഇന്ത്യ മതേതരരാഷ്ട്രമാണ്; എന്നിട്ടും.

മതങ്ങളെങ്ങനെ മനുഷ്യപുരോഗതിയെ തടയുന്നുവെന്നറിയണം. ചരിത്രത്തിൽ എത്രയോ ഉദാഹരണങ്ങളുണ്ട്. ജനങ്ങൾക്ക് മതങ്ങൾക്കെതിരെ തിരിയേണ്ടിവന്നു.

മതവിശ്വാസത്തിന്റെ പേരിൽ എത്രപേരെ കൊന്നു എന്നതിനെപ്പറ്റി ആലോചിക്കണം. സൂര്യനു ചുറ്റും ഭൂമി തിരിയുന്നു എന്നു പറഞ്ഞതിന് ഗലീലിയോവിനെ തടവിലിട്ടു. ബ്രൂണോവിനെ തീയിലിട്ടു ദഹിപ്പിച്ചു. അന്ന് മതക്കോടതികൾക്ക് ഇതിനൊക്കെ അധികാരം ഉണ്ടായിരുന്നു. അവരുണ്ടാക്കിയതാണ് ഈ പ്രാർഥന. അത് ഇന്നും പ്രധാനമായി കാണുന്നവരുണ്ട്. നിലവിലുള്ളതിനെ ചോദ്യം ചെയ്യരുതെന്നാണ് മതങ്ങളുടെ പൊതുധാരണ.

മതപുസ്തകങ്ങളിൽ എഴുതിവെച്ചതു പലതും തെറ്റാണ്. ശാസ്ത്രജ്ഞന്മാർ ഇതു പറഞ്ഞു, അതിനാണ് അവരെ ദ്രോഹിച്ചത്. പ്രാർഥന വേണ്ടെന്നു പറയുന്നവരെയും പലർക്കും ഇഷ്ടമാവില്ല. സത്യംപറഞ്ഞാൽ വിരോധമുള്ളവരുണ്ടാവും. പക്ഷേ, മതങ്ങൾ പലപ്പോഴും പണക്കാരുടെ ഭാഗത്താണ് ഇന്നു നിൽക്കുന്നത്.

ശിവഭക്തന്മാർ വിഷ്ണുഭക്തന്മാരെ കൊന്നു. തെക്കേ ഇന്ത്യയിൽ നടന്നത് അതാണ്. ഹിന്ദുക്കൾ ബുദ്ധവിഗ്രഹങ്ങൾ തകർത്തു. ഇന്ത്യയിലേക്കു വന്ന മതങ്ങൾ ബലവും ഭീഷണിയും കൊണ്ട് ആളുകളെ തങ്ങളുടെ മതത്തിൽ ചേർത്തു. ഇതൊക്കെ നല്ലതാണോ?

മതങ്ങളെപ്പറ്റി വേറെ തന്നെ പഠിക്കണം. മതമില്ലെങ്കിൽ മനുഷ്യനില്ല എന്നു ചിലർ പറയുന്നു. മതം മയക്കുമരുന്നാണെന്ന് മാർക്സ് പറയുന്നു – ഏതാണ് ശരി?

എന്തായാലും ഒന്നു നാം കാണണം. മതത്തിനുള്ളിലും വർഗസമരം നടന്നു. അതിനെ തടഞ്ഞുനിർത്താൻ ആർക്കും കഴിഞ്ഞില്ല. മാർട്ടിൻ ലൂഥർ എന്ന ജർമനിയിലെ കർഷകനേതാവ് പോപ്പിനെ എതിർത്തു. കബീർ എന്ന നെയ്ത്തുകാരൻ പഴയ ദൈവങ്ങളേയും എതിർത്തു.

4

സയൻസ്

എല്ലാ അറിവും ചേർന്നതാണ് സയൻസ്. ആകാശവും ഭൂമിയും സമുദ്രവും ജീവികളും കല്ലും മണ്ണും ഹൃദയവും മനസും ഇരുമ്പും ചെമ്പും രോഗവും ചികിത്സയും എല്ലാം സയൻസിന്റെ ഭാഗങ്ങളാണ്. സയൻസിന് പല ശാഖകളും ഉണ്ട്; ജ്യോതിശാസ്ത്രവും ഭൂമിശാസ്ത്രവും ശരീരശാസ്ത്രവുംപോലെ.

പഴയ ധാരണകളെ മാറ്റാൻ സയൻസ് സഹായിക്കുന്നു. പഴയ ധാരണകളേക്കാൾ മുമ്പു മാറുക, പഴയ പണിയായുധങ്ങളും ഉപകരണങ്ങളുമാണ്. പിന്നീടേ ധാരണകൾ മാറുകയുള്ളൂ. അതാണ് ചരിത്രപുരോഗതി കാണിക്കുന്നത്.

പണിയായുധങ്ങൾ മാറുന്നുണ്ടോ? ഉണ്ടല്ലോ. ഉളിയും മഴുവും കൈക്കോട്ടും കലപ്പയും കൈത്തറിയും ഇന്നുമുണ്ട്. പക്ഷേ, തീപ്പെട്ടിക്കമ്പനികളിൽ കോലുണ്ടാക്കുന്നത്, വലിയ കൃഷിക്കളങ്ങളിൽ നിലം ഉഴുന്നത്. എങ്ങനെയാണ്? ഇതിന് യന്ത്രങ്ങൾ ഉപയോഗിക്കുന്നു. പുതിയ പണിയായുധങ്ങളാണ് എങ്ങും. മുറിക്കാനും മണ്ണിളക്കാനും മരംവെട്ടാനും തുണി നെയ്യാനും എല്ലാം യന്ത്രങ്ങളാണ് ഇന്ന് ഉപയോഗിക്കുന്നത്.

കൈകൾകൊണ്ട് ഓടം അങ്ങോട്ടും ഇങ്ങോട്ടും ഓടിക്കുന്നതിനുപകരം യന്ത്രംകൊണ്ട് ഓടിക്കുന്നു. തുണിമില്ലിൽ പോയാൽ ഇതു കാണാം. പണിയായുധം മാറുന്നു. ട്രാക്ടറുപയോഗിച്ചു

കൃഷിചെയ്യുന്നു. ഒരുനിലയ്ക്ക് കലപ്പയും കൈക്കോട്ടും യന്ത്രത്തിൽവെച്ചു പിടിപ്പിച്ചതാണ് ട്രാക്ടർ. പുതിയ പണിയായുധങ്ങൾ യന്ത്രങ്ങളാണ്.

ഇന്ന് മഞ്ചലില്ല, പല്ലക്കില്ല. കാറും ടാക്സിയും ബസും തീവണ്ടിയും വിമാനവും ബോട്ടും ആണ് വാഹനങ്ങൾ.

യന്ത്രങ്ങൾ വന്നുവെങ്കിലും ഇപ്പോഴും പല്ലക്കുചുമക്കുന്നവന്റെ പല ധാരണകളും പലർക്കുമുണ്ട്. യന്ത്രയുഗത്തിലും അടിമബോധമുണ്ട്. ട്രാക്ടറിന്റെ കാലത്തും തമ്പുരാക്കന്മാരെ ബഹുമാനിക്കുന്നവരുണ്ട്. ചെങ്കൊടിയുടെ കാലത്തും അയിത്തം ആചരിക്കുന്നവരുണ്ട്. പഴഞ്ചൻ ആശയങ്ങളെ നാം എതിർക്കണം.

അപ്പോൾ, മനസിനു മാറ്റം പതുക്കെ മാത്രമേ വരൂ. ആദ്യം മാറേണ്ടത് ഭൗതികസ്ഥിതിയാണ്. ഇതിനർഥം, ചുറ്റുപാട് മാറും വരെ മാറ്റങ്ങൾ ഒന്നും ഉണ്ടാവില്ല എന്നല്ല. ചെറിയ മാറ്റങ്ങൾ ഉണ്ടാവും; പക്ഷേ, ഭൗതികസ്ഥിതി മാറ്റാതെ എല്ലാം ശരിപ്പെടും എന്നു കരുതരുത്. അടിത്തറയാണത്, അതാണു മാറേണ്ടത്, മാറ്റേണ്ടത്.

ഇന്ത്യയിലിന്നുള്ളത് മുതലാളിത്തമാണ്. മുതലാളിത്തത്തെ വെറുക്കുന്നവരുണ്ട് ഇവിടെ. അതുകൊണ്ടായില്ല അതിനെതിരായി പ്രവർത്തിക്കുന്നവരുമുണ്ട്. മുതലാളിത്തം ഇല്ലാതാക്കണം, സോഷ്യലിസത്തിനു വളരാൻ കഴിയണമെങ്കിൽ മുതലാളിത്തത്തിന്റെ അടിത്തറ പൊളിക്കണം.

പഴയ ധാരണകളെ മാറ്റാൻ നാം ശ്രമിക്കണം. അതോടുകൂടി നിലവിലുള്ള ഭൗതികസ്ഥിതികളും മാറ്റണം. മുതലാളിത്തം ഇല്ലാതാക്കണം. ജന്മിത്വം ഇല്ലാതാക്കണം. അതിന് അടിമുടി മാറ്റം വരണം. അതാണ് വിപ്ലവം; വലിയ മാറ്റം.

5

തോട്ടവും ഗ്രന്ഥശാലയും

രംഗം: ഇംഗ്ലണ്ടിലെ ഒരു തോട്ടം.

ഐസക്ന്യൂട്ടൻ എന്ന ഒരു മെലിഞ്ഞ ചെറുപ്പക്കാരൻ എന്തോ ചിന്തിച്ചിരിക്കുകയാണ്. പെട്ടെന്ന് ഒരു ആപ്പിൾ മരത്തിൽനിന്നു വീഴുന്നത് ന്യൂട്ടനെ ചിന്തയിൽനിന്ന് ഉണർത്തി.

ഈ പഴം എങ്ങിനെ വീണു?

"പഴം വീഴട്ടെ" എന്നു ന്യൂട്ടൻ പ്രാർഥിച്ചതുകൊണ്ടു വീണതല്ല. മരത്തിന്മേലുള്ള പഴുത്ത പഴം ഞെട്ടറ്റു താഴെ വീണതിനു കാരണമോ? ഇതിനൊക്കെ കാരണമോ!

ഞെട്ടറ്റാൽ എന്തിനു പഴം താഴെ വീഴണം? ന്യൂട്ടന്റെ ചിന്ത ആ വഴിക്കു തിരിഞ്ഞു. ഭൗതികസ്ഥിതിയാണ് ന്യൂട്ടനെക്കൊണ്ട് ഇതൊക്കെ ചിന്തിപ്പിച്ചത്.

വിപ്ലവപ്രവർത്തനം നടത്തിയതിന് ജർമനിയിൽനിന്നു ഫ്രാൻസിലെത്തിയ കാൾ മാർക്സിനെ ഫ്രാൻസിലും ബെൽജിയത്തിലും താമസിക്കാൻ സമ്മതിച്ചില്ല.

മാർക്സിനെ ആട്ടിയോടിച്ചത് നല്ല മതവിശ്വാസികളും ആത്മീയവാദികളും ഈശ്വരഭക്തന്മാരും ആയിരുന്നു. അവസാനം മാർക്സ് ഇംഗ്ലണ്ടിൽ എത്തി. സഹായത്തിന് എംഗൽസും ഉണ്ടായിരുന്നു.

ഇംഗ്ലണ്ടിലെ തൊഴിലാളികളുടെ സ്ഥിതി മാർക്സ് കണ്ടു.

എത്ര ഭയങ്കരം! ചെറുകുട്ടികളെപ്പോലും കൽക്കരിഖനികളിൽ പ്രവർത്തിപ്പിക്കുന്നു. അവരെ ഒരു കയറിൽ കെട്ടിയാണ് ഖനിയിലേക്ക് ഇറക്കുക. വിപ്ലവകാരിയായ മാർക്സ് ഇതിനെ തുറന്നുകാട്ടി. ഏറ്റവും വലിയ മനുഷ്യസ്നേഹിക്കേ വിപ്ലവകാരിയാകാൻ കഴിയൂ.

തൊഴിലാളിയുടെ കൂലി വളരെ തുച്ഛമാണ്. അവർ വൃത്തി കെട്ട പുരകളിൽ താമസിക്കുന്നു. കീറിപ്പറിഞ്ഞ വസ്ത്രങ്ങൾ ധരിക്കുന്നു. കുഴിഞ്ഞ കണ്ണുകൾ, രോഗികൾ. എല്ലുംകോലുമായി, ചുമച്ചുതുപ്പുന്നു. മാർക്സ് ഭൗതികവാദിയായിരുന്നു. ഇതൊക്കെ അദ്ദേഹത്തെ ചിന്തിപ്പിച്ചു. തൊഴിലാളിവർഗത്തിന്റെ മോചനത്തിനായി ജീവിതം ഉഴിഞ്ഞുവെച്ചു.

മുതലാളിത്തം എങ്ങനെയാണ് തൊഴിലാളികളെ ചൂഷണം ചെയ്യുന്നത് എന്ന് മാർക്സ് മനംനൊന്തു പഠിച്ചു. കണ്ണു പുണ്ണാക്കി. ദാരിദ്ര്യവും പട്ടിണിയും സഹിച്ചു. ചുറ്റുമുള്ള ഭൗതികസ്ഥിതിയാണിതിനു മാർക്സിനെ പ്രേരിപ്പിച്ചത്.

രംഗം: ലണ്ടൻ മ്യൂസിയത്തിലെ ഗ്രന്ഥശാല. മാർക്സ് അവിടെ ഇരുന്ന് കിട്ടിയ പുസ്തകങ്ങളൊക്കെ വായിക്കുന്നു. അതിൽനിന്നു കുറിപ്പുകൾ എടുക്കുന്നു. ഇങ്ങനെ കുറേക്കാലം പഠിച്ചു. പഠിപ്പുമാത്രമല്ല. ഗ്രന്ഥശാലയ്ക്കു പുറത്തു തൊഴിലാളിസമരങ്ങളും നടത്തും. *മൂലധനം* എന്ന മാർക്സിന്റെ കൃതി പുറത്തുവന്നത് ഇങ്ങനെയാണ്. അതാണു വിപ്ലവകാരിയുടെ തപസ്സ്.

ആകർഷണതത്വം കണ്ടുപിടിച്ച ന്യൂട്ടന്റെ തോട്ടവും ചൂഷണത്തിന്റെ കള്ളത്തരം പുറത്തുകാട്ടിയ ലണ്ടനിലെ ഗ്രന്ഥശാലയും നാം ശരിക്കും ഉപയോഗിക്കണം. പഴയതു പറഞ്ഞിരുന്നാൽപ്പോരാ. പുതിയതു കണ്ടുപിടിക്കണം. അതാണ് ന്യൂട്ടനും മാർക്സും ചെയ്തത്.

6

തിന്നാൽമാത്രം മതിയോ

ജീവിക്കണമെങ്കിൽ ഭക്ഷണം വേണം. ഭക്ഷണംകൂടാതെ ഒരു മഹർഷിക്കും ജീവിക്കാൻ കഴിയില്ല.

പക്ഷേ, ഭക്ഷണം കഴിച്ചാൽമാത്രം മതിയോ? അതുകൊണ്ടു മാത്രം ജീവിച്ചു എന്നു പറയാമോ? ഭക്ഷണംകഴിക്കൽ ജീവിതത്തിന്റെ ലക്ഷ്യമല്ല. ജീവിതത്തിന്റെ ഒരു ആവശ്യമാണത്.

ഭക്ഷണം കഴിച്ച് കുറച്ചു പാട്ടുകേട്ടാൽ ഒരു സുഖമില്ലേ? നല്ലൊരു പൂവു കണ്ടാൽ നമുക്ക് സന്തോഷം തോന്നുന്നില്ലേ? സ്നേഹിക്കുന്നവരെ കാണുമ്പോൾ, അവരുമായി സംസാരിക്കുമ്പോൾ, സുഖം തോന്നുന്നില്ലേ? ചിലർ പുസ്തകം വായിക്കുന്നു. ചിലർ നാടകം എഴുതുന്നു. ചിലർ സിനിമകാണുന്നു. ചിലർ ഫുട്ബാൾ കളിക്കുന്നു. ഇതൊക്കെ അവരെ രസിപ്പിക്കുന്നു.

പക്ഷേ, ഭക്ഷണംകൂടാതെ പാട്ടുപാടാൻ കഴിയില്ല. ഫുട്ബാൾ കളിക്കാനാവില്ല. അപ്പോൾ ആദ്യം ഭൗതികസ്ഥിതി നന്നാവണം. ഭൗതികസ്ഥിതി ശരിയാവാതെ കലകൾ വളരില്ല, ഭൗതികസ്ഥിതി ശരിയാവാതെ മനുഷ്യൻ വളരില്ല. ഇക്കാര്യമാണ് ഭൗതികവാദം ഊന്നിപ്പറയുന്നത്.

ഒരാളുടെ ഭൗതികജീവിതം നന്നാവാതെ സുഖം കിട്ടില്ല. അതേസമയം, സുഖത്തിന് ഒരാളുടെ ഭൗതികജീവിതം നന്നായാൽ മാത്രം പോരാ. മനസിനും സമാധാനം വേണം. സമൂഹം നന്നാവണം.

ഭക്ഷണം വേണം. ശരി തന്നെ. പക്ഷേ എന്തെങ്കിലും ഭക്ഷിച്ചാൽ തൃപ്തിയാവുമോ? ഇല്ല. നമുക്ക് സ്വാദുതോന്നുന്നതു കഴിച്ചാലേ തൃപ്തിയാവൂ. വിശപ്പു മാറിയാൽപ്പോരാ. അതിൽനിന്ന് തൃപ്തിയും ഉണ്ടാവണം. മനസിനു സുഖം തോന്നണം.

ജീവിതത്തിൽ ഭൗതികസുഖം വേണം. മാനസികമായ സുഖവും വേണം.

ഒരാൾ പണക്കാരനാണ്. പക്ഷേ തൊട്ടടുത്ത വീട്ടിൽനിന്ന് ഒരു കുട്ടി കരയുന്നു. വിശപ്പിന്റെ നിലവിളി കേൾക്കുന്നു. പണക്കാരൻ അതു സാരമായി എടുക്കില്ല. പക്ഷേ അയാൾക്കതു സുഖം നൽകില്ല.

തൊഴിലാളികൾ പണിമുടക്കുന്നു. അതിനെ എതിർക്കുന്നവരുണ്ടാവും. പക്ഷേ, അവർക്കും സുഖമുണ്ടാവില്ല.

വിദ്യാർഥികൾ സമരം നടത്തുന്നു. അച്ഛനും അമ്മയും അതു ശ്രദ്ധിക്കാതിരിക്കില്ല.

ഇതൊക്കെ ആരെയും ചിന്തിപ്പിക്കും. അടുത്ത വീട്ടിൽ ഒരു കുട്ടി വിശന്നു കരയുമ്പോൾ മൂക്കറ്റം ഭക്ഷണം കഴിച്ചാൽ സുഖം കിട്ടില്ല. വയറു നിറയും, പക്ഷേ മനസിനു സുഖമില്ല.

തൊഴിലാളികൾ പണിമുടക്കി പട്ടിണിയിൽ നരകിക്കുമ്പോൾ, മുതലാളിക്ക് സുഖമുണ്ടാവില്ല. ഗേറ്റിൽ ഗൂർഖയുണ്ട്. മുറ്റത്തു കടിക്കുന്ന പട്ടിയുണ്ട്. എന്നിട്ടെന്താ?

വിദ്യാർഥികളുടെ സമരത്തെപ്പറ്റി അറിഞ്ഞാൽ അച്ഛനമ്മമാർക്കു സുഖമുണ്ടാവുമോ?

"ഞങ്ങൾ വിചാരിച്ചാൽ എന്തുചെയ്യാൻ കഴിയും?" എന്നും പറഞ്ഞിരുന്നാൽപോരാ. ഭൗതികസ്ഥിതിഗതികൾ മാറ്റണം. അത് എല്ലാവരുടേയും ആവശ്യമാണ്. അല്ലാതെ ഇനി സ്വൈരമായി ജീവിക്കാൻ പറ്റില്ല.

സംസ്കാരമുള്ളവർ സമൂഹത്തെക്കുറിച്ച് ഓർക്കുന്നു. ജനങ്ങളുടെ ചിരിയും കരച്ചിലും നമ്മെ ബാധിക്കുന്നു. ജനകീയ വികാരത്തെപ്പറ്റി പാടുന്നവർ ഗായകരും കവികളുമാണ്. അവയെ വരയ്ക്കുന്നവർ ചിത്രകാരന്മാരാണ്.

സാഹിത്യവും കലയും മനുഷ്യന്റെ ഭൗതികസ്ഥിതിയുടെ സൃഷ്ടിയാണ്. അതു വേണ്ടപോലെ രസിക്കണമെങ്കിൽ അതിനു പറ്റിയ സാമൂഹ്യവ്യവസ്ഥ വേണം.

7

സർവത്ര ചലനം

എല്ലാം മാറുന്നു. എല്ലാം ചലിക്കുന്നു. അതാണ് പ്രകൃതിയിലെ നിയമം. സമൂഹവും മാറുന്നുണ്ട്. ഇന്നലത്തെ സമൂഹമല്ല ഇന്നത്തേത്. ആയിരംകൊല്ലംമുമ്പുള്ള സ്ഥിതിയാണ് ഇന്നുള്ളത്. എല്ലാം മാറുന്നു. മാറിക്കൊണ്ടിരിക്കുന്നു. തലമുറകളും മാറുന്നു.

പെട്ടെന്ന് മഴ പെയ്യുന്നു. ഈ വെള്ളമെല്ലാം മേഘങ്ങളിൽ എത്തിയത് എങ്ങനെയാണെന്ന് നാം ഓർത്തിട്ടുണ്ടോ? സൂര്യന്റെ രശ്മികൾ വന്നു വെള്ളത്തെ നീരാവിയാക്കി മാറ്റി മേഘങ്ങളിൽ എത്തിച്ചാണ്, പിന്നീടു തണുക്കുമ്പോൾ മഴയാവുന്നത്. എന്തെല്ലാം വിധം ചലനങ്ങൾ!

ചുറ്റും നോക്കൂ. കാക്ക കരയുന്നു. പട്ടി കുരയ്ക്കുന്നു. ചായപ്പീടികയിൽ വെള്ളം തിളയ്ക്കുന്നു. കാർ ഓടുന്നു. ഞാൻ എഴുതുന്നു. നിങ്ങൾ വായിക്കുന്നു. തൊഴിലാളി പണിചെയ്യുന്നു. എല്ലാം ചലനം തന്നെ. സർവത്ര ചലനം തന്നെ. ചലിക്കാത്ത വസ്തുവില്ല. ഭൂമി ചലിക്കുന്നുണ്ട്. ഓരോ പദാർഥത്തിനകത്തും അണുക്കൾക്കകത്തും ചലനം നടക്കുന്നുണ്ട്.

കാക്കയുടെ കരച്ചിൽ കേൾക്കണമെങ്കിൽ ശബ്ദത്തിന്റെ അലകൾ നമ്മുടെ ചെവിയിൽ വന്നു തട്ടണം. തിളയ്ക്കുന്ന വെള്ളം പെട്ടെന്നല്ല തിളച്ചത്. പതുക്കെപ്പതുക്കെ ചൂടായിട്ടാണ്. ഒരു

പുസ്തകം എഴുതുമ്പോൾ പേന എങ്ങനെയെല്ലാം ചലിച്ചിരിക്കും? കൈകൾ എങ്ങനെയെല്ലാം ചലിച്ചിരിക്കും? മാർക്സ് പറഞ്ഞു: നമുക്ക് ഈ ലോകത്തെ മാറ്റാം. അതാണ് പ്രധാനം. തത്വമൊക്കെ പിന്നീടാവാം.

അതെ, മാറ്റമാണ് പ്രധാനം – പ്രകൃതിയിലും സമൂഹത്തിലും.

പ്രാർഥിച്ചാൽ ലോകം മാറുമോ? പൂജിച്ചാൽ ലോകം മാറുമോ? മാറില്ല. കൂട്ടായി പ്രവർത്തിച്ചാലോ? മാറും. ഇന്ത്യയിൽ എന്തു മാറ്റം വന്നു എന്ന് ചോദിക്കുന്നവരുണ്ട്. നിങ്ങളുടെ ഭൗതികവാദമില്ലേ, അത് ഇന്ത്യയിൽ വേരു പിടിക്കില്ല" എന്നാണ് ഇവർ പറയുന്നത്. "ഇന്ത്യയിൽ മാറ്റമൊന്നും വരില്ല. വേദവും ഉപനിഷത്തും ഉണ്ടായ രാജ്യത്ത് എന്തു മാർക്സിസം?" ഇതു ശരിയാണോ?

തെലങ്കാനാസമരത്തെപ്പറ്റി അയാൾ കേട്ടിരിക്കില്ല. പുന്നപ്ര വയലാറിനെപ്പറ്റി അയാൾ കേട്ടത് ഓർക്കുന്നില്ല. ഇന്ത്യയിൽ നടന്ന സംഭവങ്ങളൊന്നും ഇത്തരക്കാർക്ക് പിടികിട്ടാത്ത കാര്യങ്ങളാണ്. അതോ അവർ അതൊക്കെ മറച്ചുപിടിക്കുകയാണോ?

പതിനായിരക്കണക്കിൽ കൃഷിക്കാർ ജന്മിത്വത്തെ തെലങ്കാനയിൽ സമരം നയിച്ചത് മാർക്സിസത്തിന്റെ കൊടിക്കീഴിലാണ്. സുന്ദരയ്യയും രാജേശ്വരറാവുവും രാമനാരായണറെഡ്ഡിയുമായിരുന്നു ആ സമരത്തിന്റെ നേതാക്കൾ. അവരൊക്കെ ഭൗതികവാദികളാണ്. ഏതു വേദവും ഉപനിഷത്തുമാണ് തെലങ്കാനാസമരത്തിനെതിരായിട്ടുള്ളത്?

പുന്നപ്ര വയലാർ സമരം നടത്തിയവരോ, കമ്യൂണിസ്റ്റ് ചിന്താഗതിക്കാരായിരുന്ന സഖാവ് കൃഷ്ണപിള്ളയും വയലാറിലെ കുമാരപ്പണിക്കരും കെ സി ജോർജും മറ്റു ഭൗതികവാദികളായിട്ടാണ് ആ സമരം നടത്തിയത്.

പക്ഷേ, ഇവർ പിന്നേയും പറയുന്നു. "ഇന്ത്യയിൽ മാറ്റം വന്നിട്ടില്ല. വരാൻ എളുപ്പമല്ല. മാറ്റം വരികയുമില്ല." അവരോടു ചോദിക്കട്ടെ – അശോകന്റെ ഇന്ത്യയാണോ അക്ബറുടെ കാലത്തെ ഇന്ത്യയാണോ ഇന്നത്തെ ഇന്ത്യ? നമ്മുടെ തൊഴിലാളികൾ സമരംചെയ്യുന്നതു കാണുന്നില്ലേ? പഴയ ഇന്ത്യയിൽ ഇതു സാധ്യമാണോ? നമ്മുടെ നാടു മാറുന്നതു നാം കാണുന്നില്ല – അതാണ് ദയനീയം.

മാറ്റം വരും. മാറ്റം വരുത്തുകയും വേണം. കാരണം, ചലനം കൂടാതെ യാതൊന്നുമില്ല. പണ്ട് കാടായിരുന്ന സ്ഥലത്താണ് ശബരിഗിരിപദ്ധതിയും ഇടുക്കി പദ്ധതിയും ഉണ്ടാക്കിയത്. ആ വിദ്യുച്ഛക്തി നാട്ടിൽ എത്തുന്നു. വലിയ മാറ്റങ്ങൾ സർവത്ര വരുന്നു. പക്ഷേ എന്നും മുതലാളിമാരുടെ കൈയിലാണ് അധികാരവും പണവും. ഇവ രണ്ടും സാധാരണക്കാരന്റേതായിത്തീരണം.

അതിനു പണിയെടുക്കണം. അതാണ് മാർക്സ് പറഞ്ഞതിന് അർഥം. നമുക്ക് ഈ ലോകത്തെ മാറ്റാം. അതിനുള്ള കഴിവും കരുത്തും നാം നേടണം.

8

പ്രപഞ്ചവും സമൂഹവും

അനേകതരം ചലനങ്ങൾ പ്രപഞ്ചത്തിൽ കാണാം. ശബ്ദവും ചൂടും വെളിച്ചവും വിദ്യുച്ഛക്തിയും അണുശക്തിയും എല്ലാം ചലനരൂപങ്ങളാണ്.

സൂര്യൻ ഒരു നക്ഷത്രമാണ്. അതിൽനിന്ന് ചൂടും വെളിച്ചവും കിട്ടുന്നു. വെയിൽ തട്ടി സസ്യങ്ങൾ വളർന്നു വലുതാവുകയും അവയിൽ ധാന്യവും കായും പഴവും ഉണ്ടാവുകയും ചെയ്യുന്നു. നാം അതു ഭക്ഷിക്കുന്നു. സൂര്യന്റെ ശക്തി മനുഷ്യശക്തിയാവുന്നു.

സൂര്യൻ ഏറ്റവും ചെറിയൊരു നക്ഷത്രമാണ്. സൂര്യനേക്കാൾ എത്രയോ വലിയ അനേകലക്ഷം നക്ഷത്രങ്ങൾ പ്രപഞ്ചത്തിലുണ്ട്. ഇവയൊക്കെ അങ്ങോട്ടുമിങ്ങോട്ടും ആകർഷിച്ചുനിൽക്കുന്നു. ഭൂമിയുടെ ആകർഷണബലം കാരണമാണ് തോട്ടത്തിലെ പഴം ഞെട്ടറ്റ് താഴെ വീണത് എന്ന് ന്യൂട്ടൻ കണ്ടുപിടിച്ചു.

ചലനത്തെക്കുറിച്ച് പലതരം അറിവുകളും ഉണ്ട്. ജ്യോതിശാസ്ത്രം നക്ഷത്രങ്ങളുടെ ചലനങ്ങളെപറ്റി പഠിപ്പിക്കുന്നു, ഫിസിക്സ് പലതരം ഊർജ്ജങ്ങളെപ്പറ്റി പഠിപ്പിക്കുന്നു. കെമിസ്ട്രി എപ്പോഴും ചലിക്കുന്ന അണുക്കളെക്കുറിച്ച് പഠിപ്പിക്കുന്നു. സസ്യങ്ങളിലെ ചലനങ്ങളെപ്പറ്റിയും ജന്തുക്കളിലെ ചലനങ്ങളെപ്പറ്റിയും ജീവശാസ്ത്രം പഠിപ്പിക്കുന്നു. ഭൗതികവാദത്തിലടിയുറച്ച ശാസ്ത്രങ്ങളാണിവയെല്ലാം.

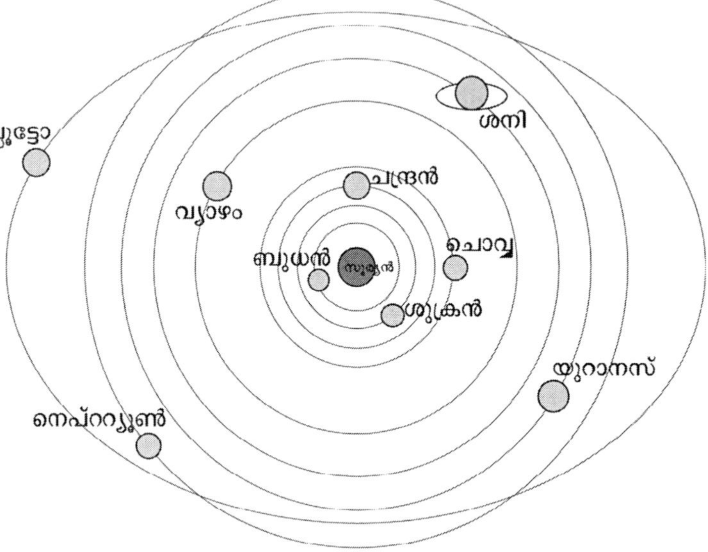

ഇതുപോലെയാണോ സമൂഹം? ഇങ്ങിനെ വല്ല നിയമവും സമൂഹത്തിനുണ്ടോ? മാർക്സ് പറഞ്ഞു: സമൂഹത്തിനുമുണ്ട് ചലന നിയമങ്ങൾ. അവ മനസിലാക്കണം.

പ്രാകൃതജീവിതം നയിച്ചിരുന്ന മനുഷ്യരെപ്പറ്റി മാർക്സിന്റെ സഖാവായ എംഗൽസ് പഠിച്ചു. ആദ്യകാലത്ത് സ്വകാര്യസ്വത്തുണ്ടായിരുന്നില്ല; ആദ്യം ഗവൺമെന്റും ഉണ്ടായിരുന്നില്ല.

പിന്നീട് അടിമത്തം വന്നതോടെ, അടിമകളും യജമാനന്മാരും ഉണ്ടായി; സ്വകാര്യസ്വത്തുണ്ടായി; സമൂഹത്തിൽ വർഗങ്ങളുണ്ടായി; സർക്കാരും ഉണ്ടായി.

അടിമകളെ നിലയ്ക്കുനിർത്തണം. അവർ കയർക്കാതെ നോക്കണം. അതിനു ചില ചട്ടങ്ങളുണ്ടാക്കി. അവരെ അടിച്ചമർത്താൻ ഭരണകൂടവും ഉണ്ടാക്കി – അതാണ് സർക്കാർ.

ഇന്നത്തെപ്പോലെ പല വകുപ്പുകളും ഉദ്യോഗസ്ഥന്മാരും അന്നത്തെ ഭരണകൂടത്തിനുണ്ടായിരുന്നില്ല; അതിന്റെ ആവശ്യം അന്നില്ലല്ലോ.

എങ്കിലും സ്വകാര്യസ്വത്ത് നിലനിർത്താൻ ഭരണകൂടം ആവശ്യമായിത്തീർന്നു. ഇന്നും അതല്ലേ നില? മോഷ്ടിക്കരുത് കളവു പറയരുത് എന്നൊക്കെ നാം പഠിക്കുന്നു. പക്ഷേ, ഭരണകൂടം കട്ടുമുടിക്കുന്നവരുടെ, കളവും ചതിവും ഉപയോഗിക്കുന്നവരുടെ കൈയിലാണ് ഇപ്പോഴും. സ്വകാര്യസ്വത്തിന്റെ രക്ഷയ്ക്ക് പട്ടാളവും പൊലീസും ജയിലും കോടതിയും ഉണ്ട്. മുതലാളിത്തത്തിനു പറ്റിയ നിയമങ്ങൾ ഇവിടെ ഇന്നും നിലനിൽക്കുന്നു.

അടിമത്തം ഇല്ലാതായി. പെട്ടെന്നല്ല നീണ്ട സമരങ്ങൾക്കു ശേഷം. പിന്നീടു നാടുവാഴിത്തം വന്നു. സമൂഹത്തിനു ചലനമില്ലെന്ന് ആര് പറഞ്ഞു? ഈ മാറ്റങ്ങൾ എങ്ങനെ ഉണ്ടാവുന്നു എന്നറിഞ്ഞു പ്രവർത്തിക്കുകയാണു വേണ്ടത്.

നാടുവാഴിത്തത്തിന്റെ പിന്നാലെ മുതലാളിത്തം വന്നു. ഇന്ത്യയെപ്പോലുള്ള രാജ്യങ്ങളിലും ചെറുപ്പക്കാർ സോഷ്യലിസം വേണം എന്നു പറയാൻ തുടങ്ങിയിരിക്കുന്നു. പഴയ വിശ്വാസങ്ങളെ അവർ ചോദ്യം ചെയ്യുന്നു.

9

മാറ്റം

സമൂഹം മാറുന്നതിനെപ്പറ്റി പറഞ്ഞുവല്ലോ.

എങ്ങനെയാണ് സമൂഹം മാറിയത്?

അതു പഠിക്കണം. സമൂഹത്തിന്റെ ചലനനിയമങ്ങൾ മനസിലാക്കണം.

നിങ്ങൾ കുട്ടികളാണ്. നിങ്ങളെങ്ങനെയാണ് വളരുന്നത്? ആലോചിച്ചുനോക്കിയിട്ടുണ്ടോ? ഓരോ ദിവസവും നിങ്ങൾ വളരുന്നു. നിങ്ങളുടെ ശരീരത്തിലെ പ്രവർത്തനങ്ങളാണ് ആ വളർച്ചയ്ക്കു കാരണം. വളർച്ച, മാറ്റത്തിന്റെ ഫലമാണ്. അതും ചലനമാണ്.

നിങ്ങളുടെ ശരീരത്തിൽ എങ്ങനെ ചലനങ്ങൾ നടക്കുന്നു? നിങ്ങൾ കഴിക്കുന്ന ഭക്ഷണവും ജീവിക്കുന്ന ചുറ്റുപാടും എല്ലാം നിങ്ങളെ മാറ്റുന്നു. വായു ശ്വസിക്കുന്നു. തണുപ്പു തോന്നുമ്പോൾ പുതയ്ക്കുന്നു. വിശപ്പു തോന്നുമ്പോൾ കഞ്ഞിയോ ചോറോ കഴിക്കുന്നു. ഉറക്കം വന്നാൽ ഉറങ്ങുന്നു. ഇതൊന്നും ആരും നിർബന്ധിച്ചു ചെയ്യുന്നതല്ല. ചലനനിയമങ്ങളുടെ പ്രവർത്തനമാണതൊക്കെ.

സമൂഹം മാറുന്നതും അതിനകത്തുതന്നെയുള്ള ചലനങ്ങളുടെ ഫലമായാണ്. സമൂഹത്തിനകത്ത് പല വർഗങ്ങളുമുണ്ട്. പലതരം ആളുകളുണ്ട്. ഇവർ തമ്മിൽ ബന്ധങ്ങൾ ഉണ്ട്. ഈ ബന്ധങ്ങളിൽ മാറ്റം വരുന്നുണ്ട്.

അടിമയെ യജമാനൻ തല്ലിയിരുന്നു; ചിലപ്പോൾ കൊല്ലുകയും ചെയ്തിരുന്നു. അന്നു കൊല്ലും കൊലയും നടത്താൻ നിയമം സമ്മതിച്ചിരുന്നു.

ഇന്നു ഭരണകൂടത്തിന്റെ പൊലീസിനെപ്പോലും അനാവശ്യമായി ബലംപ്രയോഗിക്കാൻ നാം സമ്മതിക്കില്ല. വിദ്യാർഥികളെ കയറി തല്ലിയാൽ, അന്വേഷണക്കോടതിമുമ്പാകെ അവർ സമാധാനം പറയേണ്ടിവരും. ബൂർഷ്വാനിയമങ്ങളെ കുറെയൊക്കെ ബഹുജനങ്ങൾക്ക് നിയന്ത്രിക്കാൻ കഴിയും.

സാമൂഹ്യബന്ധങ്ങളിൽ പല മാറ്റങ്ങൾ വന്നു. അയിത്തത്തിന്റെ പേരിൽ നടത്തിയ ക്രൂരതകൾ ഇനി നടക്കുമോ? സ്ത്രീകളെ അടിമകളാക്കി ഇനി എത്രകാലം കഴിക്കാം. കുട്ടികളെ പഴയപോലെ ദ്രോഹിക്കാൻ പറ്റുമോ? പഴയപോലെ ചൂഷണംചെയ്യാനും ഇനി പറ്റില്ല.

കാലം മാറി. പലരും അതറിയുന്നില്ല. കണ്ടറിയാത്തവർ കൊണ്ടറിയും.

അപ്പോൾ സമൂഹത്തിൽ മാറ്റം വരുന്നുണ്ട്, ഇതിന്റെ അടിസ്ഥാനം കണ്ടുപിടിക്കാൻ മാർക്സും എംഗൽസും ലെനിനും മറ്റും ശ്രമിച്ചു, ബൂർഷ്വാ തത്വജ്ഞാനികൾക്കിതിലല്ലല്ലോ താൽപ്പര്യം? അവർ പണത്തിന്റെ പിന്നാലെ പോയി.

ചലനശാസ്ത്രം മുന്നേറി, അതിന്റെ പൊരുൾ എന്തെന്നു വ്യക്തമായി.

10

ഡയലക്ടിക്സ്

ശങ്കരാചാര്യർ കേരളീയനായിരുന്നു. അദ്ദേഹം അദ്വൈതം പ്രഖ്യാപിച്ചു.

മധ്വാചാര്യർ ഉടുപ്പിക്കാരനായിരുന്നു. അദ്ദേഹം ദ്വൈതം പ്രഖ്യാപിച്ചു. ഏതാണു ശരി? മാർക്സിന്റെ ഡയലക്ടിക്സ് വെച്ചുനോക്കണം.

മാർക്സിസത്തിന്റെ സൂക്ഷ്മദർശിനിയും ദൂരദർശിനിയും ഡയലക്ടിക്സാണ്.

അത് തൊഴിലാളിവർഗത്തിന്റെ കംപ്യൂട്ടറാണ്. എല്ലാ പ്രശ്നങ്ങളും ഡയലക്ടക്സിന്റെ അടിസ്ഥാനത്തിൽ കൂട്ടാനും കുറയ്ക്കാനും ഗുണിക്കാനും ഹരിക്കാനും നമുക്കു കഴിയും.

ഭൗതികവാദത്തിന് മാർക്സിനുമുമ്പുതന്നെ ചിന്താലോകത്തിൽ സ്ഥാനമുണ്ടായിരുന്നു. എന്നാൽ, മാർക്സ്, ഭൗതികവാദത്തെ ഒരു ശാസ്ത്രമാക്കി മാറ്റി; ഒരു പ്രായോഗിക തത്വശാസ്ത്രം. മറ്റുള്ളവയെപ്പറ്റി അറിയാൻ ഈ വീക്ഷണം നമ്മെ സഹായിക്കുന്നു.

അനുകൂലവും പ്രതികൂലവുമായ ബലങ്ങളെ കണ്ടുപിടിക്കാനും, വളരുന്നതേത് തളരുന്നതേത് എന്നു മനസിലാക്കാനും മാർക്സിന്റെ ഭൗതികവാദത്തിനു കഴിയും. അതാണ് ഡയലക്ടിക്സ്. പരസ്പരവിരുദ്ധമായ ശക്തികളെ അതു കണ്ടുപിടിക്കുന്നു.

ഒന്നിലധികം ബലങ്ങൾ തമ്മിൽ പ്രവർത്തിക്കുന്നത് എങ്ങനെ? ഒരു കാന്തം ഇരുമ്പുസൂചിയെ ആകർഷിക്കുന്നു. എന്തുകൊണ്ടാണിത്?

പ്രപഞ്ചത്തിൽ എന്തിനുമുണ്ട് എതിർപ്പ്. ഒന്നിനെതിരെ മറ്റൊന്ന്. വിരുദ്ധബലങ്ങളാണിവ. കാന്തത്തിൽ രണ്ടു ധ്രുവങ്ങളുണ്ട് – വടക്കും തെക്കും. രണ്ടും വിരുദ്ധ ധ്രുവങ്ങളാണ്. പക്ഷേ രണ്ടും കൂടിയാലേ കാന്തമാവൂ.

നാം ജീവിക്കുന്നു. എന്താണതിലെ വിരുദ്ധശക്തികൾ? ശ്വാസം ഉള്ളിലേക്കു വലിക്കണം. പുറത്തേയ്ക്കു വിടണം – എങ്കിലേ ജീവിക്കാൻ പറ്റൂ. അല്ലേ? ഹൃദയം ചുരുങ്ങുകയും വലുതാവുകയും വേണം – എങ്കിലേ ചോരയോടുകയുള്ളൂ. ഭക്ഷണം കഴിക്കണം. ദഹിച്ചുകഴിഞ്ഞ വസ്തുക്കളെ പുറത്തുവിടുകയും വേണം.

വിപരീതമായ പ്രവർത്തനങ്ങൾ നടക്കുന്നു. രണ്ടും കൂടിയാലേ ജീവിതമാവൂ. ശരി.

പക്ഷെ, സമൂഹം ശരീരമല്ലല്ലോ. അവിടെയും ഈ നിയമം മറ്റൊരുവിധത്തിൽക്കാണാം. അടിമകളും യജമാനന്മാരും ഉണ്ടായിരുന്നില്ലേ? ജന്മികളും കുടിയാന്മാരും ഉണ്ടായിട്ടില്ലേ? മുതലാളികളും തൊഴിലാളികളും – ഇങ്ങനെ സമൂഹത്തിൽ പുതിയ വർഗങ്ങളുണ്ടായി. വിരുദ്ധശക്തികളായ ഇവർ തമ്മിലുള്ള സമരങ്ങളിൽ നിന്നാണ് പുതിയ സമൂഹം ഉണ്ടാവുന്നതെന്നു മാർക്സിസം പറയുന്നു.

വർഗങ്ങൾ ഉണ്ടാവുന്നു. വർഗസമരവും നടക്കുന്നു. വർഗസമരം സമൂഹത്തിലെ ഒരു ചലന നിയമമാണ്. അതിനെപ്പറ്റി സാമൂഹ്യപുരോഗതിക്കായി പ്രവർത്തിക്കുന്നവർ പഠിക്കണം. ഓരോ വർഗത്തെപ്പറ്റിയും പഠിക്കണം.

ജന്മിയും കുടിയാനും തമ്മിൽ വൈരുധ്യമുണ്ട്. മുതലാളിയും തൊഴിലാളിയും തമ്മിൽ വൈരുധ്യമുണ്ട്. അതുകൊണ്ട് എന്തു സംഭവിക്കുന്നു? പുതിയതൊന്ന് ഉണ്ടാവുന്നു.

ജന്മിയിൽനിന്ന് കൂടുതൽ അവകാശങ്ങൾ കുടിയാൻ നേടുന്നു. മുതലാളിയിൽനിന്ന് കൂടുതൽ അവകാശങ്ങൾ തൊഴിലാളി നേടുന്നു. വർഗസമരം പണ്ടും നടന്നിട്ടുണ്ട്. ഇന്നും നടക്കുന്നു

ണ്ട്. മനുഷ്യപുരോഗതിക്കു കാരണം തന്നെ ഇതായിരുന്നു.

പക്ഷേ ജന്മിയും കുടിയാനുംകൂടി നിലനിൽക്കുമോ? ഇല്ല. അവസാനം ജന്മിത്വം ഇല്ലാതാകും. അതിനുള്ള ശക്തികൾ ജന്മിത്വത്തിനകത്തുതന്നെയുണ്ട്. വ്യവസായങ്ങൾ വന്നപ്പോൾ ഉയർന്നുവന്ന മുതലാളിത്തശക്തികൾ നാടുവാഴിത്തത്തെ ഇല്ലാതാക്കി. ഇതിനു വിപ്ലവങ്ങൾ നടന്നു. വ്യവസായവിപ്ലവം, ഫ്രെഞ്ചുവിപ്ലവം, അമേരിക്കൻവിപ്ലവം ഇവയെല്ലാം ബൂർഷ്വാവിപ്ലവങ്ങളായിരുന്നു. മുതലാളിവർഗത്തിനെതിരായ തൊഴിലാളിവർഗം ഇവിടെയുണ്ട്. മുതലാളിത്തത്തിനും രക്ഷയില്ല.

പതുക്കെപ്പതുക്കെയുള്ള മാറ്റങ്ങൾ ധാരാളമായി ഉണ്ടാവും. പക്ഷേ ഒരു ഘട്ടത്തിൽ, പെട്ടെന്നുള്ള മാറ്റവും ഉണ്ടാവും. അതാണ് വിപ്ലവം. ലോകചരിത്രം വിപ്ലവങ്ങളുടെ ചരിത്രമാണ്. വർഗസമരങ്ങളുടെ ചരിത്രമാണ്. മാറ്റങ്ങളുടെ ചരിത്രമാണ്. പലതരം ആശയങ്ങളുടെ ചരിത്രമാണ്. അദ്വൈതവും ദ്വൈതവും പോലെ പല ആശയങ്ങളും ഉണ്ടായതും ഡയലക്ടിക്സിനെ ന്യായീകരിക്കുന്നു.

11

പരിവർത്തനവും വിപ്ലവവും

പതുക്കെയുള്ള മാറ്റത്തെ പരിവർത്തനം എന്നു പറയാം. പെട്ടെന്നുള്ള മാറ്റത്തെ വിപ്ലവം എന്നു വിളിക്കാം.

"എല്ലാം ക്രമപ്രകാരം നടക്കും. സമൂഹം തനിയെ മുന്നേറും. എന്തിനിത്ര പരിഭ്രമിക്കുന്നു?" എന്ന് ചാരുകസേരയിൽക്കിടന്ന് തത്വം പറയുന്നവരുണ്ട്. ചരിത്രത്തിൽ നടന്നത് എന്താണെന്ന് അവർ പഠിക്കുന്നില്ല. പഠിക്കാൻ ശ്രമിക്കുന്നുമില്ല.

തന്നെത്താനങ്ങനെ കൈയുംകെട്ടി ഇരുന്നാൽ ഇന്ത്യക്ക് സ്വാതന്ത്ര്യം കിട്ടുമായിരുന്നുവോ? തൊഴിലാളികൾക്ക് അവകാശങ്ങൾ കുറെയെങ്കിലും നേടാൻ കഴിയുമായിരുന്നുവോ? ഇല്ലെന്നു സ്പഷ്ടമല്ലേ?

സ്വാതന്ത്ര്യസമരത്തിൽ എത്രപേർ തൂക്കുമരത്തിൽ കയറി? എത്രപേർ കടുത്ത മർദനം സഹിച്ചു? എന്തിന്? അവർ വിവരക്കേടു കാണിച്ചതാണോ? അവർ വിഡ്ഢികളായിരുന്നുവോ? അങ്ങനെ കരുതുന്നവരുണ്ടാവും.

ഭഗത്സിങ്ങും കയ്യൂർസഖാക്കളും വയലാർ വീരരും തെലങ്കാനസഖാക്കളും ചരിത്രത്തിന്റെ പ്രബലശക്തികളാണ്. അവർ വെറും സാക്ഷികളല്ല. അവർ സാമൂഹ്യവിപ്ലവകാരികളാണ്.

ചരിത്രത്തിനു സാക്ഷി പറയുകയല്ല വിപ്ലവകാരികളുടെ കടമ. ചരിത്രത്തെ മാറ്റാൻ ശ്രമിക്കുകയാണു വേണ്ടത്. വിപ്ലവ

കാരിക്കു വേണ്ടത് പേരും പെരുമയുമല്ല. സമൂഹത്തിൽ മാറ്റം വരുത്തലാണ് പ്രധാനം, ഇതിനർഥം, വിപ്ലവം മാത്രം മതി, അതിനിടയിൽ ചെറിയ പരിവർത്തനങ്ങളൊന്നും വേണ്ടെന്നാണോ? അല്ല. വിപ്ലവവും പരിവർത്തനവും ചേർന്നതാണ് സാമൂഹ്യചരിത്രം. പരിവർത്തനം വിപ്ലവത്തിലെത്തും. രണ്ടും മാറ്റമാണ്, പതുക്കെ ചൂടായാലേ വെള്ളം തിളയ്ക്കൂ. പക്ഷേ വെള്ളം തിളയ്ക്കരുത് എന്നു ശഠിക്കരുത്.

അപ്പോൾ രണ്ടും വേണം, രണ്ടിനെയും തള്ളിപ്പറയരുത്. രണ്ടിനുവേണ്ടിയും പണിയെടുക്കണം. ഒന്നു മറന്നാൽ വിപ്ലവം നടക്കില്ല. മറ്റൊന്നു മറന്നാൽ ജനങ്ങളെ കിട്ടില്ല. ജനങ്ങളെ വിപ്ലവത്തിലേക്കു നയിക്കാൻ കഴിയണമല്ലോ.

ക്ലോക്കിന്റെ പെൻഡുലം അങ്ങോട്ടും ഇങ്ങോട്ടും ആടുന്നു. അതിനനുസരിച്ചാണ് സൂചികൾ ചലിക്കുന്നത്. ഒരു പ്രത്യേക ഘട്ടത്തിലെത്തിയാൽ മണിയടിക്കുന്നു, ഓരോ ചലനത്തിലും മണിയടിക്കുന്നില്ലല്ലോ.

സമൂഹത്തിൽ വർഗസമരം പെൻഡുലത്തിന്റെ ചലനം പോലെയാണ്. സൂചികൾ ചലിക്കുന്നതുപോലെയാണ് പരിവർത്തനം; മണിയടിക്കുന്നതിനെ വിപ്ലവമായും സങ്കൽപ്പിക്കാം.

വിപ്ലവത്തിന്റെ മണിയൊച്ച കേൾക്കാനാവണം സൂചികൾ ചലിക്കുന്നതും പെൻഡുലം ചാഞ്ചാടുന്നതും എന്നു ചുരുക്കം.

വിപ്ലവത്തിലേക്കുള്ള ഈ പോക്കിനിടയിൽ ചെറുതും വലുതുമായ സമരങ്ങൾ പലതും നടക്കും. വർഗസമരങ്ങൾ മാത്രമല്ല, രാഷ്ട്രീയ സമരവും ആശയസമരവും നടക്കും.

വർഗസമരത്തിൽക്കൂടി കൂടുതൽ അവകാശങ്ങൾ നേടും. രാഷ്ട്രീയസമരത്തിൽക്കൂടി പുതിയ വർഗം ശക്തിനേടും. ആശയസമരത്തിൽക്കൂടി പഴയ ധാരണകൾ മാറും. വിപ്ലവത്തിൽക്കൂടി പഴയ വർഗത്തിനെ തോൽപ്പിച്ച് പുതിയ വർഗം അധികാരം പിടിക്കും. ഇതൊക്കെ സമൂഹനിയമമാണ്. എന്റെയും നിങ്ങളുടെയും മോഹം എന്തായാലും, ഇതൊക്കെ നടക്കും; ഇതേ നടക്കൂ. സമൂഹത്തിന്റെ വളർച്ചയ്ക്ക് ചില നിയമങ്ങൾ ഉണ്ട്.

ഒരു വർഗം മറ്റൊരു വർഗത്തെ തോൽപ്പിച്ച് അധികാരം പിടിച്ചാൽ, പഴയപോലെയല്ല പിന്നെ കാര്യങ്ങൾ നടക്കുക. എല്ലാം മാറും. നാലഞ്ചു നിലയുള്ള ഒരു കെട്ടിടത്തിൽ, ഒന്നാംനില

യിൽനിന്നു രണ്ടാംനിലയിലെത്തുമ്പോൾ, നാം കുറേക്കൂടി ഉയരത്തിലാവുമല്ലോ. മൂന്നാംനിലയിൽ ഉയരം പിന്നേയും കൂടും. അങ്ങനെയാണ് ചരിത്രപുരോഗതിയും.

ചരിത്രം പഴയതിന്റെ ആവർത്തനമല്ല. പുതിയ ഉയർന്ന തലങ്ങളിൽ നാം എത്തുന്നു. പരിവർത്തനത്തിന്റെ കോണിയിൽക്കൂടി വിപ്ലവത്തിന്റെ വാതിൽ നാം തുറക്കുന്നു.

12

കൊച്ചുസഖാക്കളെ മുന്നോട്ട്

നമുക്ക് പഴയ കാലത്തിലേക്കു തിരിച്ചുപോകാൻ പറ്റില്ല. ചർക്കയും തക്ളിയും കൊണ്ട് നൂലുണ്ടാക്കിയാൽ ഇന്നുള്ള മനുഷ്യർക്കു വേണ്ടത്ര തുണിയുണ്ടാക്കാൻ കഴിയില്ല, രാമരാജ്യത്തിലേക്ക് ഇനി തിരിച്ചുപോക്കില്ല. ഗാന്ധിജിക്ക് ഇതിനൊക്കെ മോഹമുണ്ടായിരുന്നു. നടന്നില്ല.

അടിമത്തം നാടുവാഴിത്തമായി. പക്ഷേ, നാടുവാഴിത്തത്തിൽനിന്ന് അടിമത്തത്തിലേക്കു ചലിക്കാൻ പറ്റില്ല. ക്ളോക്കിന്റെ സൂചി, ഒരു വഴിക്കേ ചലിക്കൂ, വളരെ നിർബന്ധമുള്ളവർക്ക് ഒരു വഴിയേ ഉള്ളൂ. ചലനത്തിന്റെ വേഗത കുറയ്ക്കുക. പെൻഡുലം തന്നെ പിടിച്ചുനിർത്തുക. പക്ഷേ, ചരിത്രഗതിയെ നിശ്ചലമാക്കാൻ ആർക്കും പറ്റില്ല.

ഇതിനർഥം, എല്ലാ സമരങ്ങളും ജയിക്കുമെന്നാണോ? അല്ല. ഒരു തൊഴിലാളിസമരത്തെ തോൽപ്പിച്ച് തങ്ങൾക്കു രക്ഷകിട്ടി എന്നു നടിക്കുന്ന മുതലാളിമാരുണ്ട്. 1900–ലെ വിപ്ലവം തോറ്റപ്പോൾ റഷ്യൻചക്രവർത്തി വീമ്പടിച്ചു. ഇനി വിപ്ലവം തലപൊക്കില്ലെന്നു കരുതി. പക്ഷേ 1917 ൽ ലെനിന്റെ പാർട്ടി അധികാരം പിടിച്ചടക്കി.

"ഞങ്ങൾ ജാഥയിൽ വരാം. സമരം നടത്താം. അടികൊള്ളാം, കൊടുക്കാം. പക്ഷേ ഈ ചലനശാസ്ത്രം ഞങ്ങൾ പഠിക്കണ

മെന്നു പറയരുത്. അതൊക്കെ നേതാക്കൾ പഠിച്ചാൽമതി" എന്നു പറയുന്ന ഉശിരൻ തൊഴിലാളികളുണ്ട്. അവർ കരുതുന്നത് കാര്യങ്ങൾ പഠിക്കാതെതന്നെ നല്ല പ്രവർത്തകരാവാം എന്നാണ്.

സമൂഹത്തെപ്പറ്റി പഠിക്കുകയും മനസിലാക്കുകയും ചെയ്യാതെ സമൂഹത്തെ മാറ്റാൻ കഴിയുകയില്ല. അതാണ് വാസ്തവം. അതുകൊണ്ട് കാര്യങ്ങൾ പഠിക്കാത്തവർ കമ്യൂണിസ്റ്റുകാരാവില്ല, തീർച്ച.

ഇന്ത്യയിലെ സമൂഹത്തിൽ, കേരളത്തിലെ സമൂഹത്തിൽ എന്തൊക്കെ ശക്തികൾ ഉണ്ട്? ഇവയിലേതാണ് മുതലാളിത്തത്തിനും ജന്മിത്വത്തിനും എതിരായ ശക്തികൾ? ഏതാണ് നമ്മെ പിന്നോക്കം കൊണ്ടുപോകുന്ന ശക്തികൾ? അതറിഞ്ഞിട്ടുവേണ്ടേ അവയെ എതിർക്കാൻ?

ഇതൊക്കെ അറിയാതെ പറ്റുമോ? ഇതിനു പഠിക്കാതെ പറ്റുമോ? അറിവുനേടാതെ പറ്റുമോ?

അപ്പോൾ നാം രാഷ്ട്രീയത്തിലേക്കു കടക്കുന്നു. അതെ, സമൂഹം മാറ്റാനുള്ള ശാസ്ത്രമാണ് രാഷ്ട്രീയം.

നാട്ടുകാർ രാഷ്ട്രീയം പഠിക്കണം. തൊഴിലാളികൾ രാഷ്ട്രീയം പഠിക്കണം. കുട്ടികൾ രാഷ്ട്രീയം മനസിലാക്കി പ്രവർത്തിക്കണം. എങ്കിലേ സമൂഹത്തിൽ മാറ്റങ്ങളുണ്ടാവൂ. രാഷ്ട്രീയം ചിലർ അറിഞ്ഞാൽപ്പോരാ. രാഷ്ട്രീയകാര്യത്തിൽ ജനങ്ങളാകെ പങ്കെടുക്കുകയുംവേണം.

വിപ്ലവത്തിൽ വിശ്വസിക്കുന്ന രാഷ്ട്രീയ പ്രവർത്തകർ സംഘടിതമായി പ്രവർത്തിക്കണം. എങ്കിലേ വിപ്ലവശക്തികൾ വളരുകയുള്ളൂ. വിപ്ലവം വരാതിരിക്കാനുള്ള പല ശ്രമങ്ങളും ഇവിടെ നടക്കുന്നുണ്ടെന്ന് നാം മനസിലാക്കുകയും വേണം.

മാർക്സിസവും ഭൗതികവാദവും രാഷ്ട്രീയവും എല്ലാം വിപ്ലവകാരികളുടെ ഉപകരണങ്ങളാണ്. ശാസ്ത്രജ്ഞൻ പലതരം ഉപകരണങ്ങളും ഉപയോഗിക്കുന്നില്ലേ? വിപ്ലവകാരിക്കും പലതരം ഉപകരണങ്ങൾ വേണം. പാർട്ടിയും സംഘടനയും സാഹിത്യവും പോസ്റ്ററും പാട്ടും പഠിപ്പും മുദ്രാവാക്യവും പ്രസംഗവും എല്ലാം വിപ്ലവായുധങ്ങളാണ്. ഈ ആയുധങ്ങൾ വേണ്ടവിധം ഉപയോഗിക്കണം.

ഭൗതികവാദികൾ ആത്മീയവാദത്തിനെതിരെ പോരാടുന്ന

ത്, ഈ വിപ്ലവത്തിനുവേണ്ടിയാണ്. അന്ധവിശ്വാസത്തിനും തെറ്റായ ചിന്തകൾക്കുമെതിരായി ജനങ്ങളെ അണിനിരത്താതെ സോഷ്യലിസത്തിന്റെ ആശയം അവർ ഉൾക്കൊള്ളില്ല. അവർക്കിടയിൽ ഭൗതികവാദം പ്രചരിപ്പിക്കുന്നത് അതിനാണ്.

ഭൗതികവാദം മറന്നുകൊണ്ടുള്ള വിപ്ലവ പ്രവർത്തനം ജാതി-മത ചിന്തകളിലേക്കും അശാസ്ത്രീയ ചിന്താഗതികളിലേക്കും നയിക്കും. അങ്ങനെ വഴിതെറ്റിയവരെ പലരെയും കാണാം.

"സഖാക്കളെ മുന്നോട്ട്."

സഖാവു കൃഷ്ണപിള്ള നമുക്കുതന്ന മുദ്രാവാക്യമാണിത്.

കൊച്ചുസഖാക്കളെ മുന്നോട്ട്!